പപ്പടവട്ടം

pappadavattam
(children's literature)

•

madavoor surendran

•

first edition
may 2019

•

typesetting & published
chintha publishers, thiruvananthapuram

•

cover & illustration
ratheesh vincent

വിതരണം

ദേശാഭിമാനി ബുക്ക് ഹൗസ്

H O തിരുവനന്തപുരം-695 035
www.chinthapublishers.com
chinthapublishers@gmail.com

ബ്രാഞ്ചുകൾ

ഹെഡ്ഡാഫീസ് കുന്നുകുഴി • സ്റ്റാച്യു തിരുവനന്തപുരം • കെ എസ് ആർ ടി സി ബസ് സ്റ്റേഷൻ ആലപ്പുഴ • കെ എസ് ആർ ടി സി ബസ് സ്റ്റേഷൻ എറണാകുളം • ഐ ജി റോഡ് കോഴിക്കോട് • കെ എസ് ആർ ടി സി ബസ് സ്റ്റേഷൻ കോഴിക്കോട് • എൻ ജി ഒ യൂണിയൻ ബിൽഡിങ് കണ്ണൂർ • സെൻട്രൽ ബസ് ടെർമിനൽ കോംപ്ലക്സ് താവക്കര കണ്ണൂർ

CO - 2800 / 5062
ISBN - 978-93-88485-62-3

പപ്പടവട്ടം
(ബാലസാഹിത്യം)

മടവൂർ സുരേന്ദ്രൻ

ചിന്ത പബ്ലിഷേഴ്സ്
തിരുവനന്തപുരം-695 035

മടവൂർ സുരേന്ദ്രൻ

തിരുവനന്തപുരം ജില്ലയിലെ മടവൂരിൽ 17.05.1966 ൽ ജനനം. പിതാവ്: എസ് ചെല്ലപ്പൻപിള്ള. മാതാവ്: എൽ സൗദാമിനി അമ്മ. മടവൂർ ഗവ: എൽ പി എസ്, മടവൂർ NSSHS, നിലമേൽ NSS കോളേജ് എന്നിവിടങ്ങളിൽ വിദ്യാഭ്യാസം. ആനുകാലികങ്ങളിൽ കവിതകളും ലേഖനങ്ങളും എഴുതുന്നു. ആകാശവാണി, ദൂരദർശൻ മറ്റു ചാനലുകൾ വഴി ധാരാളം കവിതകളും ഗാനങ്ങളും പ്രകാശിതമായി. *കലക്കത്ത് കുഞ്ചൻ നമ്പ്യാർ* എന്ന സിനിമയ്ക്കുവേണ്ടി ഗാനരചന നടത്തി.

പുരസ്കാരങ്ങൾ: അനിയാവ കവിതാ അവാർഡ്, ആശ്രയ ബാല സാഹിത്യ പുരസ്കാരം, ജോയിന്റ് കൗൺസിൽ കവിതാ അവാർഡ്, സമന്വയ കവിതാ പുരസ്കാരം, രംഗപ്രഭാത് കൊച്ചു നാരായണപിള്ള മെമ്മോറിയൽ മലയാളവേദി പുരസ്കാരം, പ്രഥമ ഗ്യാലക്സി കവിതാ പുരസ്കാരം എന്നിവ നേടിയിട്ടുണ്ട്. അഞ്ചുമൂർത്തേനമഃ, ഇളമ്പ്രക്കോട്ടമ്മ, എന്റെ കളരിയിലമ്മ എന്നീ ഭക്തിഗാന കാസറ്റുകൾക്ക് വേണ്ടി ഗാനരചന നടത്തിയിട്ടുണ്ട്. കൃഷിവകുപ്പിൽ ഉദ്യോഗസ്ഥൻ. കഴക്കൂട്ടം ബയോടെക്നോളജി & മോഡൽ ഫ്ളോറികൾച്ചർ സെന്ററിൽ ജോലിനോക്കുന്നു.

കൃതികൾ : *കടലാസുവഞ്ചി, പുലരിയും പൂക്കളും, മഴ മഴ പുതു മഴ, മടവൂർ സുരേന്ദ്രന്റെ 101 ബാലകവിതകൾ* (ബാലസാഹിത്യം) *സ്വസ്തി, കിനാവിന്റെ പൂക്കൾ, മടവൂർ സുരേന്ദ്രന്റെ കവിതകൾ, കാന്താരിപ്പൂക്കൾ* (കവിതകൾ), *മടവൂർ സുരേന്ദ്രന്റെ കവിതകൾ* (ഓഡിയോ സി ഡി) 51 ലളിതഗാനങ്ങൾ.

ഭാര്യ : സജിത (അദ്ധ്യാപിക, N S S H S S മടവൂർ)
മക്കൾ : അരവിന്ദ് എസ് എസ്, ഹരിനന്ദ് എസ് എസ്

വിലാസം : വൈജയന്തം, മടവൂർ, പള്ളിക്കൽ പി ഒ
പിൻ: 695602, തിരുവനന്തപുരം ജില്ല.
മൊബൈൽ : 9495831673

ഉള്ളടക്കം

പ്രസാധകക്കുറിപ്പ്

ഇരുപതാംനൂറ്റാണ്ടിന്റെ ആരംഭകാലം മുതൽക്കേ ബാലസാഹിത്യകൃതികളെ കണ്ടെത്തുവാൻ കഴിയുന്നതാണ്. കുട്ടികളെ രസിപ്പിക്കുവാനും അറിവിന്റെ പുതിയതലങ്ങൾ സമ്മാനിക്കുവാനും ബാലസാഹിത്യ കൃതികൾ ശ്രദ്ധ പുലർത്താറുണ്ട്. അതിലളിതമായ ആഖ്യാനങ്ങളെന്നു ബാലസാഹിത്യകൃതികളെ വിലയിരുത്താറുണ്ടെങ്കിലും അവയ്ക്കു പിന്നിൽ ഓരോ രചയിതാവിന്റെയും അശ്രാന്ത പരിശ്രമങ്ങളുണ്ട്. മുതിർന്നവരുടെ ലോകത്തുനിന്നും കുട്ടിക്കൂട്ടങ്ങളുടെ ഭാവനാലോകത്തേക്കു സഞ്ചരിക്കുവാൻ പ്രാപ്തിയുള്ള എഴുത്തുകാരാണ് ബാലസാഹിത്യരംഗത്ത് വിജയിക്കുന്നത്. കുട്ടിക്കൂട്ടങ്ങളുടെ കളികളെയും പ്രവർത്തനങ്ങളെയും പ്രോത്സാഹിപ്പിക്കുന്ന മടവൂർ സുരേന്ദ്രന്റെ പുതിയ ബാലസാഹിത്യകൃതിയാണ് *പപ്പടവട്ടം*. രസകരമായ കുട്ടിക്കവിതകളിലൂടെ അറിവിന്റെ പുതിയ ലോകം തുറക്കുന്ന *പപ്പടവട്ടം* എല്ലാ കുഞ്ഞുകൂട്ടുകാർക്കുമായി സമർപ്പിക്കുന്നു

ചിന്ത പബ്ലിഷേഴ്സ്

മുഖപദം

എന്റെ പത്താമത് കൃതിയാണ് *പപ്പടവട്ടം*. ബാല സാഹിത്യത്തിൽ അഞ്ചാമതും. പലപ്പോഴായി ബാല പ്രസിദ്ധീകരണങ്ങളിൽ വന്നിട്ടുള്ള കവിതകളിൽ നിന്നും തെരഞ്ഞെടുത്തവ. ഈ കൃതിക്ക് ഈടുറ്റ അവതാരിക എഴുതിത്തന്ന ഡോ. വള്ളിക്കാവ് മോഹൻദാസിനോടും പുസ്തകം പ്രസിദ്ധീകരിച്ച ചിന്ത പബ്ലിഷേഴ്സിനോടും അകൈതവമായ നന്ദിയും കടപ്പാടും രേഖപ്പെടുത്തുന്നു.

ഈ കൃതിയും സഹൃദയർ സ്വീകരിക്കുമെന്നുള്ള ശുഭപ്രതീക്ഷയോടെ,

സ്വന്തം

മടവൂർ സുരേന്ദ്രൻ

ബാലകല്പനാവൈഭവം

ഡോ. വള്ളിക്കാവ് മോഹൻദാസ്

അനുകരണവാസന, ജിജ്ഞാസ, കല്പനാവൈഭവം മുതലായവ കുട്ടികളുടെ സഹജസ്വഭാവങ്ങളാകുന്നു. പ്രകൃതി പ്രതിഭാസങ്ങളും ഇതോടൊപ്പം അവരുടെ മനസ്സിനെ ആകർഷിക്കുന്നു. തങ്ങൾ ജീവിക്കുന്ന സാമൂഹികപരിതസ്ഥിതികളാണ് കുട്ടികളുടെ ഭാവിജീവിതം വലിയ അളവിൽ നിയന്ത്രിക്കുന്നത്. ഒരു കുട്ടി, അവന്റെ വളർച്ചയിൽ വിവിധ ഘട്ടങ്ങൾ തരണം ചെയ്യേണ്ടതുണ്ട്. ഓരോ ഘട്ടത്തിലും അവന്റെ മാനസികവും വൈജ്ഞാനികവും വൈകാരികവുമായ ആവശ്യങ്ങൾ വ്യത്യസ്തമായിരിക്കും. ഈ ആവശ്യങ്ങൾ പൂർണ്ണമായി നിറവേറ്റാൻ ഔപചാരിക വിദ്യാഭ്യാസം മാത്രം മതിയാകുകയില്ല. സ്വയം വായിച്ചറിയാൻപോന്ന പുസ്തകങ്ങൾ വേണം. ബാലസാഹിത്യമെന്ന നിലയിലറിയപ്പെടുന്ന ഗ്രന്ഥങ്ങൾ ഇവിടെയാണ് രൂപപ്പെടുന്നത്.

കുട്ടികളുടെ വളർച്ചാഘട്ടങ്ങളുടെ അടിസ്ഥാനത്തിൽ ഈ വിഭാഗത്തെ ശിശുസാഹിത്യം, ബാലസാഹിത്യം, കിശോരസാഹിത്യം, കൗമാരസാഹിത്യം എന്നിങ്ങനെ വേർതിരിക്കാം. മൂന്നുമുതൽ ആറ് വയസ്സുവരെ പ്രായമുള്ള കുട്ടികൾക്ക് വേണ്ടിയുള്ളതാണ് ശിശുസാഹിത്യം. നഴ്സറിപ്പാട്ടുകളും അർത്ഥത്തിന് പ്രാധാന്യമില്ലാത്ത പ്രാസനിഷ്ഠമായ നോൺ

സെൻസ് റൈംസ് തുടങ്ങിയവ ഈ പ്രായത്തിലുള്ള കുട്ടികൾ ഇഷ്ടപ്പെടും. ആറുവയസ്സുമുതൽ പത്തുവയസ്സുവരെ പ്രായമുള്ള കുട്ടികൾക്കുവേണ്ടിയുള്ള ബാലസാഹിത്യത്തിൽ അർത്ഥ പൂർണ്ണമായ ലഘുകവിതകൾ, യക്ഷിക്കഥകൾ, പ്രകൃതിക്കഥകൾ, ചരിത്രകഥകൾ, വിനോദ കഥകൾ, പുരാണ കഥകൾ തുടങ്ങിയവ ഉൾപ്പെടുന്നു. പത്തുമുതൽ പന്ത്രണ്ട് വയസ്സുവരെ പ്രായമുള്ള കുട്ടികൾക്കുവേണ്ടിയുള്ള കിശോര സാഹിത്യത്തിൽ ലഘു ജീവചരിത്രങ്ങൾ, വീരാപദാന കഥകൾ, ബാലകഥകൾ, ബാല കവിതകൾ എന്നിവയാണുള്ളത്. പന്ത്രണ്ടിനും പതിനാറിനും ഇടയിൽ പ്രായമുള്ള കുട്ടികൾക്ക് വേണ്ടി തയ്യാറാക്കുന്ന കൗമാര സാഹിത്യത്തിൽ സാഹസിക കഥകൾ, വിജ്ഞാനപ്രദമായ ചെറിയ ലേഖനങ്ങൾ, ജീവചരിത്രം, നോവലുകൾ, കവിത എന്നിവ ഉൾച്ചേർന്നിരിക്കുന്നു. വ്യത്യസ്ത മുഖങ്ങൾ ഇങ്ങനെ കാണപ്പെടുമെങ്കിലും പൊതുവിൽ ഇവയെല്ലാം ബാലസാഹിത്യം തന്നെ. സാഹിത്യത്തിന്റെയും വിജ്ഞാനത്തിന്റെയും മേഖലകളിലേക്ക് കുട്ടികളെ ബോധപൂർവ്വം നയിക്കുക എന്ന ധർമ്മമാണ് ആത്യന്തികമായി ഇതുവഴി നിർവ്വഹിക്കുവാൻ ശ്രമിക്കേണ്ടത്.

ബാലസാഹിത്യപ്രസ്ഥാനം ആരംഭിക്കുന്നത് ആധുനിക കാലത്താണെങ്കിലും, ഇരുപതാം നൂറ്റാണ്ടിന്റെ ആരംഭത്തിൽ പ്രാചീന ഭാരതത്തിലും മദ്ധ്യകാല യൂറോപ്പിലും കുട്ടികൾക്ക് വേണ്ടിയുള്ള രചനകൾ പ്രത്യക്ഷപ്പെട്ടിരുന്നു. വിഷ്ണുശർമ്മ രചന നിർവ്വഹിച്ചുവെന്ന് വിശ്വസിക്കുന്ന *പഞ്ചതന്ത്രം* ആണ് ഏറ്റവും പഴക്കവും പ്രചാരവുമുള്ള കൃതി. തൊട്ടുപിന്നിലായി ബുദ്ധമത കാലത്ത് രൂപപ്പെട്ട *ജാതക കഥകൾ* നിലകൊള്ളുന്നു. കൂടാതെ ഇതിഹാസങ്ങളായ *രാമായണം, മഹാഭാരതം* എന്നിവയിലും കുട്ടികൾക്ക് പ്രത്യേകമായി വായിച്ചുരസിക്കാവുന്ന ഒട്ടേറെ ഭാഗങ്ങളും കാണാം. അച്ചടിവിദ്യ ആവിർഭവിച്ച ശേഷമാണ് പതിനഞ്ചാം നൂറ്റാണ്ടിന് പിന്നാലെ *സാരോപദേശ കഥകൾ* യൂറോപ്പിൽ പ്രചാരത്തിൽ വന്നത്. *ഈസോപ്പു കഥകൾ*, കാസ്റ്റൺ രചിച്ച *മര്യാദയുടെ പുസ്തകം*, ജോനാതൻ സ്വിഫ്റ്റ് എഴുതിയ *ഗളിവറുടെ സഞ്ചാരകഥകൾ*, ആർ എൽ

സ്റ്റീവൺസൺ എഴുതിയ *ആലീസ് കണ്ട അത്ഭുതലോകം*, ലിവിസ് കരോൾ രചിച്ച *ട്രഷർ അയലൻഡ്* തുടങ്ങിയവ ശ്രദ്ധേയ പാശ്ചാത്യ ബാലസാഹിത്യ കൃതികളാണ്. ഗ്രിം സഹോദരന്മാർ എഴുതിയ യക്ഷിക്കഥകളും ഡെൻമാർക്ക് കാരനായ ആന്റേഴ്സൺ രചിച്ച അത്ഭുതകഥകളും കുട്ടികൾക്ക് പ്രിയങ്കര ങ്ങളായി. ബാലസാഹിത്യരംഗത്ത് പരിവർത്തനങ്ങൾ ആരം ഭിക്കുന്നത് വിദ്യാഭ്യാസ വിചക്ഷണനായ കൊമിനീയസ് 1657 ൽ *ഓർബിസ് പിക്ചസ്* (Orbis Pictus) എന്ന പുസ്തകം രചിച്ച തോടെയാണ്. ദൃശ്യപ്രധാനമായ വിദ്യാഭ്യാസമാണ് ഇനി കുട്ടി കൾക്ക് അനിവാര്യം എന്ന് ചിന്തിച്ച് ചിത്രങ്ങളോടുകൂടിയാണ് അദ്ദേഹം ആ വിശിഷ്ടകൃതി രൂപകൽപ്പന ചെയ്തത്. ലോകബാലസാഹിത്യ ഗ്രന്ഥങ്ങളിൽ ആദ്യമായി ചിത്രങ്ങളു മായി പുറത്തുവന്നതും ഈ ഗ്രന്ഥമാണ്.

കുഞ്ചൻ നമ്പ്യാരുടെ *പഞ്ചതന്ത്രം കിളിപ്പാട്ട്* മലയാള ഭാഷയിലെ ആദ്യത്തെ ബാലസാഹിത്യകൃതിയായി കരുതു മ്പോൾ എഴുത്തച്ഛന്റെയും ചെറുശ്ശേരിയുടെയും രചനകളിൽ കുട്ടികളുടെ പ്രായത്തിനും അഭിരുചിക്കും യോജിക്കുന്ന പല ഭാഗങ്ങളും കണ്ടെത്താനാകും. പത്തൊൻപതാം നൂറ്റാണ്ടിലേ ക്കെത്തുമ്പോഴാണ് മലയാളത്തിൽ ശാസ്ത്രീയ സമീപന ത്തോടെ ബാലസാഹിത്യശാഖ വിപുലപ്പെടുന്നത്. ആ വിധ ത്തിൽ പ്രസിദ്ധീകൃതമാകുന്ന ആദ്യരചനയായി ബഞ്ചമിൻ ബെ യ്‌ലി 1824 ൽ കോട്ടയത്തുനിന്നും ഇംഗ്ലീഷിൽനിന്ന് പരിഭാഷ ചെയ്ത് പ്രസിദ്ധീകരിച്ച *ചെറുപൈതങ്ങൾക്ക് ഉപകാരാർത്ഥം ഇംഗ്ലീഷിൽനിന്ന് പരിഭാഷപ്പെടുത്തിയ കഥകൾ* എന്ന കൃതി പരിഗണിക്കാം. ഗുണ്ടർട്ടിന്റെ *പാഠമാല* വൈക്കത്ത് പാച്ചുമൂത്തത് രചിച്ച *ബാലഭൂഷണം*, ടി സി കല്യാണിയമ്മയുടെ *വിശ്വാമി ത്രചരിത്രം* തുടങ്ങി ഏതാനും ഗ്രന്ഥങ്ങൾ എടുത്തുപറയാ നാകും. മഹാകവി കുമാരനാശാന്റെ സ്വതന്ത്ര ബാലസാഹിത്യ രചനയായി ലഭിച്ച *ബാലരാമായണം* ഈ രംഗത്തെ ശ്രദ്ധേയ സംഭാവനയാണ്. ആശാന്റെ *പുഷ്പവാടിയും* ഉള്ളൂരിന്റെ നിരവധി ബാലകവിതകളും എടുത്തുപറയേണ്ടവ തന്നെ. മാത്യു എം കുഴിവേലിയുടെ *ബാലൻ* എന്ന പ്രസിദ്ധീകരണശാല

നിരവധി ബാലസാഹിത്യ കൃതികൾ പ്രസിദ്ധപ്പെടുത്തുകയുണ്ടായി. ഇങ്ങനെ ആദ്യകാലരചനകളുടെ സമൃദ്ധിയിൽ നിന്നുകൊണ്ടാണ് പില്ക്കാല ബാലസാഹിത്യ സംഭാവനകളിലേക്ക് നോട്ടമയക്കുവാൻ. ഇപ്പോഴിതാ ബാലമനസ്സുകളെ ആഹ്ലാദത്തിന്റെയും ആലോചനയുടെയും മേഖലകളിലേക്കുയർത്തുവാൻ പോന്ന ഓമനത്തമുള്ള ഒരു ബാലസാഹിത്യ കൃതിയുടെ വായനയിലാണ് ഈ ദൃശചിന്തകളുടെ വേലിയേറ്റമുണ്ടായത്.

'ഉള്ളിലുത്സാഹമുല്ലവല്ലിയുല്ലസിച്ചൂയലാടിയെത്തുന്ന' കവിതകളുമായി *പപ്പടവട്ടം* എന്ന കുട്ടിക്കവിതാ സമാഹാരം കവി മടവൂർ സുരേന്ദ്രൻ ചെറുപൈതങ്ങൾക്കായി ഒരുക്കിയിരിക്കുന്നു. കഥയും, കാര്യവും, പ്രകൃതിയും, അനുഭവവും, അറിവും, കളിയും, ആഘോഷവും മാറി മാറി പ്രതിഫലിക്കുന്ന അൻപത്തിയൊന്ന് കവിതകൾ മാലപോലെ കോർത്തെടുത്ത് അവതരിപ്പിക്കുമ്പോൾ കവിമനസ്സും കുട്ടിത്തത്തിലേക്ക് രൂപാന്തരപ്രാപ്തി നടത്തുന്നു. 'മാനത്തുണ്ടൊരു പൊൻതട്ടം / നിറഞ്ഞിരിപ്പൂ നറുപാല് / തട്ടിത്താഴെയൊഴുക്കീടാൻ / വരുന്നു രാവാം കരിമാക്കാൻ' എന്ന കരിമ്പൂച്ചക്കവിത കൗതുകവും കല്പനയും ഒത്തിണങ്ങിയ ശിശുസാഹിത്യമായി മിന്നിത്തിളങ്ങുന്നു. 'ഒറ്റപ്പല്ലൻ പാച്ചുമ്മാവ'ന്റെ കഥപറയുന്ന പാട്ടും മാനത്തെ മഴവില്ലിനെക്കുറിച്ചുള്ള പാട്ടും, കരിവണ്ടിനെക്കുറിച്ചുള്ള പാട്ടും തത്തമ്മ, കോഴിയമ്മ എന്നിവരെപ്പറ്റിയുള്ള പാട്ടും ഇങ്ങനെ ശിശുസാഹിത്യഗണത്തിൽപ്പെടുന്നവയാണ്. ആനച്ചന്തം, പൂത്തുമ്പി, ഇഷ്ടം, കൊഞ്ചലുകൾ എന്നിവ ബാലസാഹിത്യത്തിന്റെ ജനുസ്സിലേക്കുയർന്നു നില്ക്കുന്ന രചനകളാണ്. കിശോരസാഹിത്യത്തിന്റെ പദവി വഹിക്കുന്ന കവിതകൾ ഏറെയുണ്ട് ഈ സമാഹാരത്തിൽ.

അന്തിക്കത്തിമരക്കൊമ്പിൽ / തെയ്യന്നം പാടിയ തത്തമ്മേ/ തയ്യാറാണോയൊരുപിടിവിത്ത്/വിതറിത്തന്നാൽ കൊത്തിയെടുക്കാൻ? എന്ന 'ചോദ്യം' കിശോരസാഹിത്യത്തിന് ഉത്തമ ഉദാഹരണമായി മുന്നിലേക്കെത്തുന്നു. തോണി എന്ന ശീർഷകമുള്ള കവിത കൂടുതൽ രസാവഹമാണ്. ഒന്നാം തോണി

പുഴക്കടവിൽ / രണ്ടാം തോണിയോ മാനത്ത് / എന്നാരംഭിക്കുന്ന കവിതയുടെ അന്ത്യത്തിൽ ഒന്നാം തോണി മായാതെ നില്ക്കുകയും രണ്ടാം തോണി വിണ്ണിലെ വെള്ളത്തിലലിഞ്ഞുപോകുന്നതുമായ ഭാവന മനോജ്ഞമായിത്തീരുന്നു. ശബ്ദങ്ങളുടെ ധ്വനിയിലൂടെ താളനിബദ്ധമായൊരു കവിതയാണ് പിന്നീട് കാണുന്ന 'ശബ്ദങ്ങൾ'. കിലുകിലു നാദം കുപ്പിവള/ കളകള ശബ്ദം കാട്ടരുവി / ചിലുചിലുചിലുചിലു ചിലങ്കകൾ/ ചെണ്ടത്താളം ടിണ്ടിണ്ടം / രസാവഹമായ ഈ താളഗാനം കുട്ടികൾക്ക് പാടിനടക്കാനാകുംവിധമാണ് ചിട്ടപ്പെടുത്തിയിട്ടുള്ളത്. കളിയും 'കാര്യവും', 'ഫാൻ', 'പൂവും വണ്ടും', 'പുതുമഴ' എന്നിവ വ്യത്യസ്തത പുലർത്തുന്ന കവിതകളാണ്. പുതുമഴയിൽ മുകിലിന്റെ കുഞ്ഞുമക്കൾ തുടരെ ചൊരിയുന്ന കണ്ണീർമഴയെക്കുറിച്ച് ചിന്തിക്കുമ്പോൾ മഴയുടെ മറ്റൊരു മുഖം അനാവൃതമാകുന്നു. 'മാർഗ്ഗദീപങ്ങൾ' എന്ന കവിതയിൽ അമ്മയും അച്ഛനും ഗുരുവും എവ്വിധമാണ് മാർഗ്ഗദീപങ്ങളാകുന്നതെന്നു കാവ്യവഴിയിൽ വരച്ചിടുന്നതുകാണാം. ദൈവസങ്കല്പം മാതാവിലും പിതാവിലും ഗുരുവിലും കണ്ടെത്തുന്ന പ്രാചീന പഴക്കം ഇവിടെയും വെളിവാക്കപ്പെടുന്നു. 'തിരുമധുര'ത്തിലാകട്ടെ അമ്മ തരുന്ന ഉമ്മ ഉല്ലാസമാകുകയും അമ്മിഞ്ഞപ്പാൽ കുട്ടിക്ക് തിരുമധുരമാകുകയും ചെയ്യുന്നു. മാതൃത്വമെന്ന ഉന്നതസ്ഥാനത്തെ പല കവിതകളിലൂടെ കുട്ടികളിൽ ജ്വലിപ്പിക്കുവാൻ കവിമാനസം ഔത്സുക്യം കാട്ടുന്നു. 'ആനമുത്തവും' 'കടലും' ആനയും കടലുമായി യാതൊരുബന്ധവുമില്ലാത്ത വിപുലമായ ബാലാനുഭവങ്ങളുടെ മികച്ച ആവിഷ്കാരങ്ങളാണ്. ആരാണവിടെ കുഴിമടയിൽ / ഞാനാണളിയാ കുഴിയാന / എന്താണവിടെ ചെയ്യുന്നു/ ഒരുകുഴിയിവിടെയെടുക്കുന്നു / കുഴിമടിയൻ നീ കുഴിയാനേ / ആരുനിനക്കൊരു പേരിട്ടൂ/ആനപ്പേരിന്നെതിരായിട്ടൊരു / കുഴിയും കൂടി നിനക്കിട്ടൂ / എന്നു പാടിപ്പോകുന്ന കുഴിയാനപ്പാട്ട് കൗതുകകരവും ജിജ്ഞാസയുണ്ടാക്കുന്നതുമാണ്. നാണക്കേട്, മഴ, മുട്ടൻനായ, കുഞ്ചനും വഞ്ചിയും എന്നിങ്ങനെയുള്ള ചൊല്ലിത്തിമിർക്കാവുന്ന കവിതകൾ കൂടി ചേരുമ്പോഴേ ഈ വിഭാഗത്തിനൊരു പൂർണ്ണത കൈവരികയുള്ളൂ.

കൗമാരസാഹിത്യമെന്ന തരത്തിൽ ഈ ഗ്രന്ഥത്തിൽ പൂത്തുലുഞ്ഞുനില്ക്കുന്ന ഒട്ടനവധി രചനകൾ ഉണ്ട്. ആസ്വാദനത്തിനും ആലോചനയ്ക്കും പോന്ന കവിതകളുടെ നിരയിലേക്ക് ആദ്യം കടന്നുവരുന്നത് ഗ്രന്ഥത്തിലെ പ്രഥമ കവിതതന്നെയാണ്. 'കവിത' എന്ന ശീർഷകത്തിലുള്ള രചന ആരംഭിക്കുന്നത് 'സ്വപ്നസുന്ദരരാത്രി'യിലാണ്. കൗമാരകാലത്ത് രാത്രികൾ സ്വപ്നസന്നിഭമാകുന്നത് സ്വാഭാവികം. അത് കൃത്യതയോടെ ആവിഷ്കരിക്കുന്ന കവി അനുവാചക ചിന്തനത്തെ കൗമാരസജ്ജമാക്കുന്നുവെന്നുവേണം കുറിക്കാൻ. എത്ര സംക്രമസന്ധ്യകളിൽ / കുങ്കുമാഭ പകർന്നുമേ / എൻ മനസ്സിൽ വിരുന്നിനെത്തുന്നു / നീയുമെൻ കവനാംബികേ / എന്നെഴുതി കവിതയുടെ മനോജ്ഞ മുഖത്തെ സ്വപ്നത്തിലെന്നോണം വരച്ചിടുമ്പോൾ അത് കൗമാര കൗതൂഹലമാകാതെ തരമില്ല. വാക്കിന്റെയും തോക്കിന്റെയും ശക്തി ദൗർബല്യങ്ങൾ ആവിഷ്കരിക്കുന്ന കവിതയാണ് 'വാക്കും തോക്കും'. "വാക്കൊന്നു തെറ്റിയാൽ മോശം / തോക്കൊന്നു തെറ്റിയാൽ നാശം / വാക്കും തോക്കും ഒരുമിച്ച് തെറ്റിയാൽ നാടിന്റെ നാരായ വേരിന് ദോഷം " എന്നെഴുതുമ്പോൾ വളരെ പ്രസക്തമായ ഒരു കാലികവിഷയത്തിലേക്ക് അതി ശക്തമായി ടോർച്ച് തെളിയിക്കുകയാണ് കവി. യൗവനത്തിലേക്ക് കുതിക്കുന്ന മനസ്സുകളെ ഉൽബോധിപ്പിക്കേണ്ട ഏറ്റവും പ്രബലമായ ചിന്തയാണിവിടെ തെളിഞ്ഞ് കത്തിനില്ക്കുന്നത്. ബാലസാഹിത്യത്തിന്റെ ഉത്തമ ധർമ്മത്തിലേക്കാണിവിടെ കവിത ഉയരുന്നത്.

സമയം ആർക്കുവേണ്ടിയും കാത്തുനില്ക്കുന്നില്ലെന്ന് ഒരു തലമുറയെ ഓർമ്മപ്പെടുത്തേണ്ടത് ചെറുപ്രായത്തിൽത്തന്നെയാണ്. 'ഒറ്റയാൻ' എന്ന കവിത കൗമാരക്കാരോട് പറയുന്നു. "നിന്നെ കാത്തു ഞാൻ നില്ക്കും / എന്നെ കാത്തു നീ നില്ക്കും / നമ്മെ കൂടാതൊറ്റയ്ക്കല്ലോ / സമയത്തിന്റെ സഞ്ചാരം". അർത്ഥവത്തായ ഈ കവിതയ്ക്ക് കൊടുത്തിരിക്കുന്ന ശീർഷകവും ചിന്തോദ്ദീപകമാണ്. ജീവിതത്തിന്റെ സന്ത്രാസങ്ങൾ പരോക്ഷമായി ആവിഷ്കരിക്കുന്ന ലളിതവും അർത്ഥഗർഭവുമായ കവിതയാണ് 'ഫുട്ബോൾ'. 'നാളെയുടെ പൂക്കളാ'ണ്

ഭാവി വാഗ്ദാനങ്ങളായ കുട്ടികൾ എന്നു സൂചിപ്പിക്കുന്ന കവിതയും ജീവിതത്തിന്റെ നശ്വരതയെ വർണ്ണിക്കുവാൻ പൂക്കളുടെ നൈമിഷിക ജീവിതത്തെ ആവിഷ്കരിച്ചിട്ടുള്ള 'പൂക്കൾ' എന്ന കവിതയും ശ്രദ്ധേയ രചനകളാണ്. കാറ്റിനോട് കഥപറയുന്ന കവിതയിൽ കാറ്റിനൊപ്പം വേഗതയാർന്ന് ജീവിതവിജയത്തിലേക്ക് കുതിക്കുവാൻ ആഹ്വാനം ചെയ്യും വിധമാണ് രചന പര്യവസാനിക്കുന്നത്. 'മിന്നാമിനുങ്ങ്' പ്രത്യക്ഷാർത്ഥത്തിൽ രാത്രികാലങ്ങളിൽ കാണുന്ന നിർദ്ദോഷ ജീവിയാണെങ്കിലും വ്യംഗ്യാർത്ഥത്തിൽ 'കെട്ടുപോയാലും വീണ്ടും വെട്ടമിട്ടു നീങ്ങുന്ന' മനുഷ്യചേതനയുടെ ആർജ്ജവത്തെയാണ് പ്രഖ്യാപിക്കുന്നത്.

ചാരംമൂടിയ തീക്കട്ടകൾ ചരിത്രത്തിലും വർത്തമാനത്തിലും കണ്ടെത്താനാകുമെന്ന് ഓർമ്മിപ്പിക്കുന്ന കവിതയാണ് "അറിയാമോ?" വെറും തീക്കട്ടയാണിതിലെ ബിംബമെങ്കിലും എന്നെ തൊട്ടുകളിച്ചെന്നാൽ കളിയിൽ കാര്യം കട്ടായമെന്ന് സൂചിപ്പിച്ചിട്ട് പുറമേ കാണാതെ അകമേ നിലകൊള്ളുന്ന പൊള്ളിക്കുന്ന നിശ്ചയദാർഢ്യത്തെയാണ് വിപ്ലവാത്മകമായി കോറിയിട്ടിരിക്കുന്നത്. ചിന്തിക്കുന്ന മനസ്സുകൾക്ക് മാത്രം കാണാനാകുന്നതും അനുഭവിക്കാനാകുന്നതുമാണ് ഈ കവിതയിലെ ധ്വനി. അണ്ണാറക്കണ്ണനും, കാക്കയുടെ കൗശലവും, കിളിക്കൂടും, അക്കപ്പാട്ടും ചൊല്ലി രസിക്കാവുന്നതും അറിവുനേടാൻ പര്യാപ്തവുമായ കൗമാരപ്പാട്ടുകളാണ് 'കണ്ടുപിടിക്കാമോ ' എന്ന കവിതയും 'ഒറ്റശ്വാസത്തിൽ പാടാമോ?' എന്ന കവിതയും. ബുദ്ധി, ശക്തി പരീക്ഷകളിൽ പെടുന്ന പരിശീലന കവിതകളാണ് 'കുത്തിയോട്ടം'. വളരെ വ്യത്യസ്തവും ഒരു മിത്തിന്റെ നാടോടിത്തം ഉൾച്ചേർന്നതുമായ ശ്രദ്ധേയ കവിതയാണ്. ചിപ്പിക്കുള്ളിലെ മുത്തെന്നപോലെ ദ്രാവിഡപ്പഴമയുടെ സാഹസികതയും ത്യാഗവും ആത്മബലിയും ഈ 'അഷ്ടക'ത്തിൽ തുളുമ്പി നില്ക്കുന്നുണ്ട്. കവി നിശ്ചയമായും അഭിനന്ദനം അർഹിക്കുന്നു. 'കമ്പടവുകളി'യും വിവിധ മാനങ്ങളിൽ മാറി മാറി പ്രകാശിക്കുന്ന നക്ഷത്ര സമാനമായ കവിതയാണ്. 'കരയും കടലും' പ്രത്യക്ഷ യാഥാർ

ത്ഥ്യത്തെയും തത്ത്വചിന്താപരമായ മറ്റൊരു ആന്തരിക യാഥാർത്ഥ്യത്തെയും പേറുന്ന കവിതയാണ്. കൗമാര ചിന്തയിൽ കാറും കോളും നിറയ്ക്കാവുന്ന വേലിയേറ്റമായി ഈ കവിത മാറുന്നുണ്ട്. ബാലസാഹിത്യം ഇവിടെ കളിയിലെ കാര്യം എന്നതിന് പകരം കാര്യത്തിലെ കളിയായി ഉയരുന്നു. പുതിയ കാലം ആവശ്യപ്പെടുന്നതും ഇതുതന്നെയാണെന്നതാണ് സത്യം. കണക്കുകൾ, കളിക്കളം, കുളവും കരയും, കുഞ്ഞിന്റെ വാശി എന്നീ കവിതകൾ കൂടി ചേരുമ്പോഴാണ് കൗമാര കവിതകളുടെ ശൃംഖല ആദിമദ്ധ്യാന്ത പൊരുത്തം ആർജ്ജിക്കുന്നത്.

ബാലസാഹിത്യരചന അയത്ന ലളിതമായ ആവിഷ്കാരമല്ലെന്ന് പ്രഖ്യാപിച്ചുകൊണ്ട്, കൗതുകത്തിൽ നിന്നും ആഴമേറിയ അന്വേഷണങ്ങളിലേക്കുയരേണ്ട ഉത്തരവാദിത്വം അതിനുണ്ടെന്ന് ബോദ്ധ്യമാക്കുകയാണ് മടവൂർ സുരേന്ദ്രൻ ഈ കൃതിയിലൂടെ. സൂഫികൾ പാടിയ ലഘു കവിതാരൂപങ്ങൾ വലുപ്പത്തിൽ ചെറുതെങ്കിലും ഭാഷയിലും ആവിഷ്കാരത്തിലും ഗുരുത്വമുള്ളവയായിരുന്നു. ഇവിടെ മടവൂർ സുരേന്ദ്രൻ ലളിതമായ ഭാഷയും സൗമ്യമായ ആവിഷ്കാരത്തിലും ആമഗ്നനായി നിന്നുകൊണ്ടാണ് ബാല-കൗമാര ചിത്തങ്ങളെ ജ്ഞാനദീപത്തിലേക്ക് നയിക്കുന്നത്. നല്ല കൈത്തഴക്കവും കുട്ടിത്തത്തിലേക്കുള്ള ബൗദ്ധികമായ തിരിഞ്ഞുനോട്ടവും നന്നായി വശപ്പെടുത്തിയ കവിക്ക് മാത്രം വഴങ്ങുന്നതാണ് ബാലസാഹിത്യകാവ്യശാഖയെന്ന് *പപ്പടവട്ടം* വെളിപ്പെടുത്തുന്നു. മലയാളത്തിലെ ബാലസാഹിത്യശാഖയിൽ തെളിമയുള്ളൊരു വിജ്ഞാനവീഥി പ്രദാനം ചെയ്തുകൊണ്ട് മടവൂർ സുരേന്ദ്രന്റെ ഈ ബാലസാഹിത്യ രചന അതിന്റെ കല്പനാ വൈഭവം പ്രകാശമാനമായി പ്രകടിപ്പിക്കുമ്പോൾ അനുവാചകലോകമാകെ ഹർഷോന്മാദത്തിലെത്തും. ഉത്തമരചനകളുടെ ദൗത്യം അതാണെന്ന് ഓർത്തുകൊണ്ട് സാഭിമാനം മടവൂർ സുരേന്ദ്രന്റെ *പപ്പടവട്ടം* എന്ന മികച്ച രചന വായനക്കാർക്ക് മുന്നിൽ അവതരിപ്പിക്കുന്നു.

ആശംസകൾ.

കവിത

സ്വപ്ന സുന്ദരരാവിലും തളിർ-
ച്ചാർത്തിളകും പകലിലും
ഉള്ളിലുത്സാഹമുല്ലവല്ലിയി-
ലുല്ലസിച്ചൂയലാടിയും
ഇമ്പമുള്ളൊരു ഗാനമായ്, മധു-
തൂവിടും കുളിർത്തെന്നലായ്
എത്രസംക്രമസന്ധ്യകളിലെ
കുങ്കുമാഭ പകർന്നുമേ
എൻ മനസ്സിൽ വിരുന്നിനെത്തുന്നു
നീയുമെൻ കവനാംബികേ!

വാക്കും തോക്കും

വാക്കൊന്നു തെറ്റിയാൽ മോശം
തോക്കൊന്നു പാളിയാൽ നാശം
വാക്കും തോക്കുമൊരുമിച്ചു തെറ്റിയാൽ
നാടിന്റെ നാരായ വേരിനു ദോഷം

കരിമ്പൂച്ച

മാനത്തുണ്ടൊരു പൊൻതട്ടം
നിറഞ്ഞിരിപ്പൂ നറുപാല്
തട്ടിത്താഴെയൊഴുക്കീടാൻ
വരുന്നു രാവാം കരിമാക്കാൻ

തോണി

ഒന്നാം തോണി പുഴക്കടവിൽ
രണ്ടാം തോണിയോ മാനത്ത്
ഒന്നാം തോണിയും രണ്ടാം തോണിയും
താലോലമാടിക്കളിക്കുന്നൂ - മനം
ആലോലമാടി രസിക്കുന്നു.....

ഒന്നാം തോണി മറഞ്ഞതില്ല
രണ്ടാം തോണി മറഞ്ഞേ പോയ്
വിണ്ണിലെ വെള്ളത്തിലോടിയോടി
രണ്ടാം തോണിയലിഞ്ഞേ പോയ്

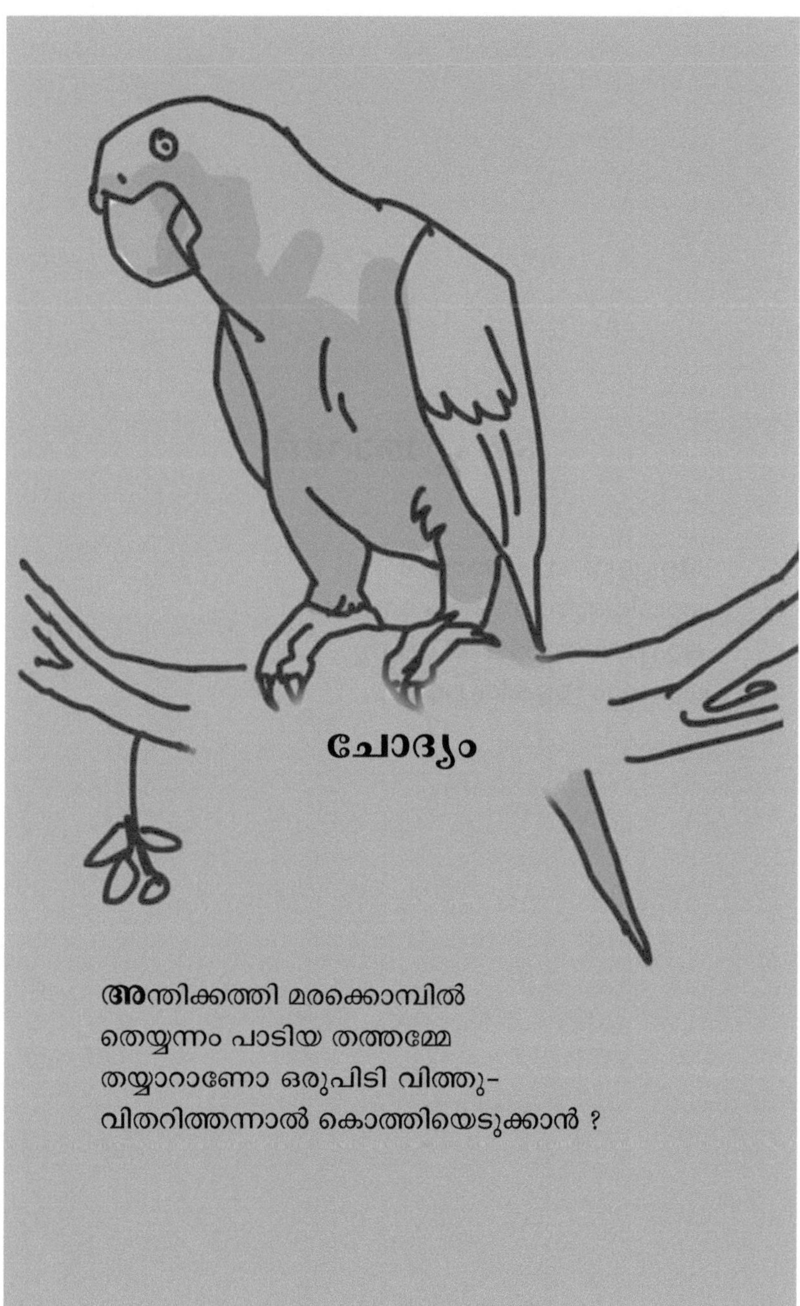

ചോദ്യം

അന്തിക്കത്തി മരക്കൊമ്പിൽ
തെയ്യന്നം പാടിയ തത്തമ്മേ
തയ്യാറാണോ ഒരുപിടി വിത്തു-
വിതറിത്തന്നാൽ കൊത്തിയെടുക്കാൻ ?

പാച്ചുമ്മാവൻ

ഒറ്റപ്പല്ലൻ പാച്ചുമ്മാവൻ
ഒറ്റതിരിഞ്ഞു നടക്കും നേരം
ഒറ്റപ്പാലത്തോടയിൽ വീണൂ
ഒറ്റപ്പല്ലും ഇളകിപ്പോയേ ....

മഴവില്ല്

മാനത്തുണ്ടൊരു മഴവില്ല്
കാറണിമണി കുലവില്ല്
ഏഴുനിറങ്ങളിൽ വില്ല്
ഏഴഴകൊഴുകും വില്ല്
മിഴിയിൽ വഴിയും വില്ല്
മഴവില്ലെന്നൊരു ചൊല്ല്

വണ്ട്

വണ്ടേ വണ്ടേ കരിവണ്ടേ
മൂളിപ്പായും തേൻവണ്ടേ
മധുനുകരാൻ നീ വരികില്ലേ
മലരുകളിൽ നീയണയില്ലേ
നിൻവരവാഹാ ! കാണുമ്പോൾ
പുഞ്ചിരി തൂകും പുഷ്പങ്ങൾ
പുഷ്പരസം നീ നുകരുമ്പോൾ
പുളകിതരാകും സൂനങ്ങൾ

തത്തമ്മ

വിത്തുകൾ വാരിയെറിഞ്ഞപ്പോൾ
തത്തിയണഞ്ഞേ തത്തമ്മ
കൊത്തിക്കൊത്തി കൊക്കിലൊതുക്കി
വിത്തും കൊണ്ടു പറന്നേപോയ്...

കോഴിയമ്മ

കൊക്കര കൊക്കര കോഴിയമ്മേ
അക്കരെ വീട്ടിലെ കോഴിയമ്മേ
വെക്കത്തിലെന്തേ
കൊക്കിലൊതുക്കാൻ
ചിക്കിചിതഞ്ഞു നടപ്പൂ നീ

പൂക്കൾ

പൂക്കളേ നിങ്ങൾ വിരിഞ്ഞൂ - ഓമൽ
പൂന്തോപ്പിലുല്ലാസപൂർവ്വം
സുപ്രഭാത തൃക്കരത്താൽ - മെല്ലെ
തൊട്ടുണർത്തീ ദലമെല്ലാം
കാറ്റത്തു സൗരഭം വീശി - കുളിർ
കോരിയണിഞ്ഞു നില്ക്കുമ്പോൾ
ചിത്രശലഭങ്ങളാർത്തൂ- ചുറ്റും
ചുറ്റിപ്പറന്നു നടന്നൂ
മഞ്ഞിൻ കണങ്ങളാൽ ചാർത്തീ - ഉഷ-
സ്സോരോ മനോഹരഹാരം
ഒരു പകൽ മാത്രം നിറയ്ക്കാൻ - ഈശൻ
നല്കിയീ സൗഭഗമെല്ലാം.

ഒറ്റയാൻ

നിന്നെ കാത്തു ഞാൻ നില്ക്കും
എന്നെ കാത്തു നീ നില്ക്കും
നമ്മെക്കൂടാതൊറ്റയ്ക്കല്ലോ-
സമയത്തിന്റെ സഞ്ചാരം.

ആനച്ചന്തം

എല്ലാറ്റിനുമൊരു ചന്തം വേണ്ടേ
പൊതുവേ ആനച്ചന്തം
ആനയ്ക്കെന്തൊരു ചന്തം അമ്പട!
ചേനയ്ക്കില്ലേ ചന്തം?

ശബ്ദങ്ങൾ

കിലു കിലു നാദം കുപ്പിവള
കളകള ശബ്ദം കാട്ടരുവി
ചിലു ചിലു ചിലു ചിലു ചിലങ്കകൾ
ചെണ്ടത്താളം ടിണ്ടിണ്ടം.

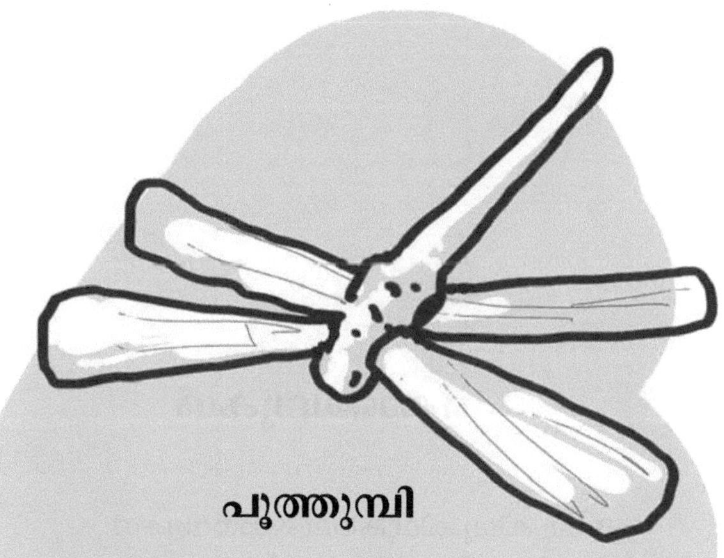

പൂത്തുമ്പി

ചന്തം ചിന്തും ചെന്താമരയുടെ
ചന്തം കണ്ടൊരു പൂത്തുമ്പി
ചെന്താമരയുടെ നെഞ്ചിനകത്തെ
പഞ്ചാരപൂന്തേനുണ്ണാൻ
തഞ്ചം നോക്കി ചാഞ്ചാടിക്കൊ-
ണ്ടഞ്ചിക്കൊഞ്ചി വരുന്നുണ്ടേ....

കൊഞ്ചലുകൾ

കിലു കിലു കിലുകിലെ പൊൻവളകൾ
മിനുമിനെ മിനുമിനെ കാൽത്തളകൾ
ചിലുചിലെ ചിലുചിലെ ചിഞ്ചലുകൾ
മധുമൊഴി മോളുടെ കൊഞ്ചലുകൾ

കളിയും കാര്യവും

കളിവാക്കു ചൊന്നതു കാര്യമായി
അടിയായി, പിടിയായി, ശണ്ഠയായി
ചുണ്ടക്ക നല്കി വഴുതനങ്ങ-
വാങ്ങുവതെന്തിനു കൂട്ടുകാരേ....

ഇഷ്ടം

കണ്ണനേറെ ഇഷ്ടം
വെണ്ണയേറെ ഇഷ്ടം
മണ്ണുവാരി തിന്നൂ
വെണ്ണപോലെ തിന്നൂ.

ഫാൻ

സ്വിച്ചൊന്നിങ്ങിട്ടിട്ടുറങ്ങിക്കൊള്ളൂ
മച്ചിൽക്കിടന്നു കറങ്ങീടാം ഞാൻ
കൊതുകിനെയാട്ടിടാം, കാറ്റും നല്കാം
അതുപോരേ, ചൊല്ലുകെൻ കൂട്ടുകാരാ.....

പൂവും വണ്ടും

പൂവിൽ നിറയെ തേനുണ്ടേ
തേനിനു നല്ലയിനിപ്പുണ്ടേ
വണ്ടിൻ ചുണ്ടിൽ പാട്ടുണ്ടേ
പാട്ടിനു നല്ലൊരു മട്ടുണ്ടേ....

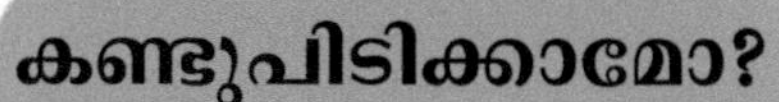

കരയിലുണ്ടു ജലത്തിലില്ല
വിത്തിലുണ്ടു ഞാറിലില്ല
തളിരിലുണ്ടു കുളിരിലില്ല
എങ്കിലെന്നുടെ പേരെന്ത് ?

പുതുമഴ

മഴ മഴ പുതുമഴ
മുകിലിൻ മക്കൾ
തുരുതുരെ ചൊരിയും
കണ്ണീർ മണികൾ

കാറ്റിനോട്

കുഞ്ഞിക്കാറ്റേ വന്നാട്ടേ
കുന്നിൻമുകളിൽ കയറീടാം
കൂട്ടിനു നിന്നെ വിളിക്കുന്നൂ
കുസൃതിക്കാറ്റേ, പോന്നാട്ടേ..
കാട്ടിൽ നന്നായ് ചുറ്റീടാം
ദൂരെ കാഴ്ചകൾ കണ്ടീടാം
പൂമരമേറി കളിയാടാം
പൂക്കളിറുത്തു രസിച്ചീടാം
ചോലയിലൊന്നു കുളിച്ചീടാം
കുളിരും കൊണ്ടു പറന്നീടാം.

മിന്നാമിനുങ്ങ്

രാവിലാരോ തീയുരച്ചും
തീയണച്ചും സഞ്ചരിപ്പൂ
ചേലിലാണേ പോക്കുകണ്ടാൽ
പേരുപോലെ ചന്തമുണ്ടേ
പൊട്ടുപോലെയങ്ങു ദൂരെ
വെട്ടമൊട്ടു കാണുന്നുണ്ടേ
മട്ടുമാറിയിപ്രകാരം
ഒട്ടുവേഗം സഞ്ചരിപ്പൂ
കിട്ടിയെന്നാൽ നിന്നെയൊന്നു-
തൊട്ടുനോക്കാനിഷ്ടമാണേ
കെട്ടുപോയാൽ പിന്നെയും നീ
വെട്ടമിട്ടു സഞ്ചരിക്കും.

ഫുട് ബോൾ

തട്ടിത്തട്ടി തകിടം മറിക്കുന്നു
കൂട്ടം ചേർന്നുകൊണ്ടെന്നെ നിങ്ങൾ
കാറ്റുപോകുംവരെ കാരുണ്യമില്ലാതെ
വല്ലാതെ തട്ടിയുരുട്ടിടുന്നു
കാറ്റുപോയെങ്കിലും മാറ്റിവച്ചീടാതെ
കാറ്റടിച്ചെന്റെ വയർ നിറച്ചൂ
അങ്ങോട്ടുമിങ്ങോട്ടുമിട്ടു തട്ടി
വല്ലാതെ കൊല്ലുകയാണു കഷ്ടം!

നാളെയുടെ പൂക്കൾ

ഒരുമകൊണ്ടു നേടിടാം
പെരുമയുള്ള ജീവിതം
തെളിമയാർന്നു നിന്നിടും
മഹിമയുള്ള മാനസം
അരുമയായ കുട്ടികൾ
കരുണയുള്ള മൂർത്തികൾ
കരളിലാകെ മുത്തുകൾ
കതിർ നിറച്ച ചെപ്പുകൾ
നാടിനാകെ വിളതരും
നന്മകളുടെ വിത്തുകൾ
നേരുകളുടെ നാവുകൾ
നാളെകളുടെ പൂവുകൾ

മഴയത്തു തുള്ളിക്കളിക്കല്ലേ, പൈതലേ
ഇറയത്തിരുന്നു കളിച്ചുകൊള്ളൂ
പനിപിടിച്ചുണ്ണി കിടന്നാലേ, അമ്മതൻ-
മനമൊരു ദുഃഖക്കടലുപോലെ
പലകുറിയമ്മ പറഞ്ഞിട്ടും കേൾക്കാതെ
കുസൃതിക്കുടുക്ക കളിക്കയായി.
മഴയത്തു ചാടിത്തകർത്തിട്ടും, ആഹ്ളാദ-
തിരതല്ലലുണ്ണിക്കടങ്ങിടാതെ
കളിനിർത്തില്ലയെന്നുള്ള വാശിയായാൽ പിന്നെ
അമ്മയ്ക്കുമാവുമോ പിൻതിരിക്കാൻ?

മാർഗ്ഗ ദീപങ്ങൾ

അമ്മയെന്റെ ദൈവം
വാത്സല്യരത്നം
അമ്മിഞ്ഞപ്പാലുതന്ന
സ്നേഹനിധിയമ്മ
അച്ഛനെന്റെ ദൈവം
ഇച്ഛതീർത്ത പ്രാണൻ
കൊച്ചു കൊച്ചു ദുഃഖം
കവർന്നെടുത്തൊരീശൻ!
ഗുരുവെന്റെ ദൈവം
അറിവിൻ വെളിച്ചം
നന്മയുടെ നേർവഴി
നയിച്ചിടുന്നു ദീപം.

അറിയാമോ?

ഞാനാരാണെന്നറിയാമോ?
എന്നെ തൊട്ടുകളിക്കേണ്ട
എന്നെ തൊട്ടുകളിച്ചെന്നാൽ
കളിയിൽ കാര്യം കട്ടായം
പുറമേ കാണാൻ പറ്റില്ല
അകമേയുണ്ടെന്നോർക്കില്ല
അറിയാതൊന്നുതൊട്ടെന്നാൽ
തൊടുന്നിടം ഞാൻ പൊള്ളിക്കും
ഞാനാരാണെന്നറിയാമോ?
ചാരം മൂടിയ തീക്കട്ട.

അണ്ണാറക്കണ്ണൻ

മുറ്റത്തെ മൂവാണ്ടൻ മാവിന്റെ കൊമ്പിലെ
മുറിവാലനണ്ണാറക്കണ്ണാ....
മാമ്പഴമോരോന്നായ് നീമാത്രം തിന്നാതെ
ഒന്നിങ്ങു താഴേക്കിടുമോ..?
മാവിന്റെ ചോട്ടിലായ് കളിവീടുണ്ടാക്കി
മണ്ണപ്പം ചുട്ടുകളിക്കും കിടാങ്ങൾ
മുറിവാലനണ്ണാറക്കണ്ണനോടീവിധം
കൊതിപൂണ്ടു മാമ്പഴം ചോദിച്ചു...
അണ്ണാറക്കണ്ണൻ കുലയിൽ നിന്നൊരു പഴം
താഴേക്കെറിഞ്ഞുകൊടുത്തു
കുട്ടികളതുകിട്ടാൻ കലപില കൂട്ടുമ്പോൾ
അണ്ണാറക്കണ്ണൻ രസിച്ചു...

തിരുമധുരം

അമ്മേ അമ്മേ ഉമ്മ തരൂ
ഉണ്ണിക്കുട്ടനൊരുമ്മ തരൂ
അമ്മതരുന്നോരുമ്മയിലല്ലോ-
ഉണ്ണിക്കുട്ടനൊരുല്ലാസം
അമ്മേ അമ്മേ പാലു തരൂ
ഉണ്ണിക്കുട്ടനു പാലു തരൂ
അമ്മതരുന്നോരമ്മിഞ്ഞപ്പാൽ
ഉണ്ണിക്കുട്ടനു തിരുമധുരം.

ആനമുത്തം

മുത്തം തന്നേ മുത്തം തന്നേ
മുത്തശ്ശി ചക്കര മുത്തം തന്നേ
അച്ഛനൊരു നൂറു മുത്തം തന്നേ
അമ്മയിരുന്നൂറുമുത്തം തന്നേ
അണ്ണനും ചേച്ചിയും മുന്നൂറുവീതം
ഉണ്ണിക്കവിളത്തുമുത്തം തന്നേ
ആയിരമായിരം മുത്തങ്ങൾ തോല്ക്കുന്നോ-
രാനമുത്തമെനിക്കുണ്ണി തന്നേ....

ഒറ്റശ്വാസത്തിൽ പാടാമോ?

ഇല്ലത്തുന്നൊരു വല്ലമെടുത്തേനെന്നെ
ഇല്ലത്തമ്മയില്ലിക്കമ്പിനു തല്ലിത്തല്ലി
വല്ലച്ചിറയിലെ ചെല്ലന്മാരുടെ മുല്ലവല്ലി-
ക്കുടിലിലിന്നുള്ളിലെയല്ലിവിട്ടു   പുല്ലുപോലെതല്ലി-
യതിനെച്ചൊല്ലി, നല്ല-
നാലുപല്ലുകളില്ലാതായതു കഷ്ടം!

കുത്തിയോട്ടം

കുത്തിയോട്ടം കളിക്കാൻ
വെളുത്തിരൻ വന്നൂ
വണ്ടിക്കിരിക്കുവാൻ
വെളുത്തിരൻ കേമൻ
കൂട്ടുകാർക്കൊപ്പമായി
കുട്ടിക്കതിരവൻപോൽ
കുത്തിയോട്ടം കളിച്ചേ
കുഴഞ്ഞുവീണു മരിച്ചേ...

കടൽ

ഉറക്കെ പറഞ്ഞാൽ
ഓച്ചിറയിൽ കേൾക്കാം
പതുക്കെ പറഞ്ഞാൽ
പന്തളത്തും കേൾക്കാം
വിതുമ്പിക്കരഞ്ഞാൽ
ഒരുകുടം കണ്ണീർ
വികാരം കൊണ്ടെന്നാൽ
ഒരു കടൽപോലെ

പപ്പടവട്ടം

വാനിൽ നല്ലൊരു പപ്പടവട്ടം
എന്താണമ്മേ കാണുന്നൂ
കാണാനെന്തൊരു ചേലാണെന്നോ
വലുതായ് വലുതായ് കാണുന്നൂ
നീലാകാശം നമുക്കുനല്കിയ
വെള്ളിക്കിണ്ണം തന്നെയതു
നിറഞ്ഞിരിപ്പുണ്ടതിൽ നറുപാല്
താഴേക്കൊഴുകി പടരുന്നൂ
വെള്ളിവെളിച്ചം ഭൂതലമാകെ
വെൺകതിർതൂകി നിറയ്ക്കുന്നൂ.

കാക്കയുടെ കൗശലം

കാക്കാമൂല കാക്ക
കിട്ടിയതെല്ലാം തിന്നൂ
കീഴ്പേരൂരും വന്നൂ
കുട്ടിത്തങ്ങൾ കാട്ടി
കൂട്ടരുമൊത്തു കളിച്ചൂ
കൃമിയെക്കൊത്തിതിന്നൂ
കെങ്കേമത്തം കാട്ടി–
കേളികളാടി രസിച്ചൂ.
കൈതക്കാട്ടിലൊളിച്ചൂ
കൊക്കുകൾ രണ്ടും രാകി
കോത്താഴത്തു പറന്നു
കൗശലമെല്ലാം കാട്ടി
കം കം കാ കാ പാടി
കലപില കലപില കൂട്ടി.

മുണ്ടൻ മൂപ്പില്

ഒരു മുണ്ടൻ മൂപ്പില്
കുണ്ടൂരുള്ളൊരു
കുണ്ടും ചാടി നടന്നല്ലോ
മഴവെള്ളം കൊണ്ടു
നിറഞ്ഞപ്പോൾ
മണ്ടൻ മൂപ്പില്
ഗൗനിക്കാതെ
കുണ്ടിൽ വീണു പുതഞ്ഞല്ലോ ....

കരയും കടലും

കടലുവന്നേ എന്നെയെടുത്തേ
കര ഞാനൊരു കടലായ് മാറി
തിരയുടെ മുകളിൽ കാലം നല്ലൊരു -
വഞ്ചിയിറക്കി കളിയാടി
അരത്തങ്കം ഭൂമിയെയല്ലോ
ഒരു തങ്കം കടലുവിഴുങ്ങി
കരയും കടലും ഒന്നായങ്ങനെ
കലഹക്കപ്പൽ പട നയിച്ചൂ...

കണക്കുകൾ

ആറററുപത് ഇരുപത് പതിനാലെത്ര?
അതിന്നിരട്ടിയെത്ര?
പയറഞ്ഞാഴിയെത്ര?
ഇടങ്ങഴിയരിയെത്ര?
ഏഴെട്ടാറെത്ര കുട്ടാ-
അറിവിന്നാഴമതെത്ര?
ആരാണാരാണാദ്യമതിൽ-
നീരാടാനായ് വന്നീടും?

കമ്പടവുകളി

എട്ടാളുകളൊത്തൊരുമിച്ചൂ
കമ്പടവുകളിയങ്ങു തുടങ്ങി
എട്ടാളിൽ പോവാനാശാൻ
പെട്ടെന്നൊന്നു പറഞ്ഞതുനേരം
എട്ടിൽ ഒരുവൻ പൊട്ടൻ രാമൻ
കേട്ടതുമില്ല കളിച്ചുതകർത്തൂ
അടവുപിഴച്ചതുകണ്ടിട്ടാശാൻ
പൊട്ടനു ചുട്ടയടിയും നല്കി
കാഴ്ചക്കാരനു ചുറ്റുംനിന്നൂ
പൊട്ടനെ നന്നായ് കളിയാക്കുമ്പോൾ
കോലുകൾ നന്നായ് കളിയാക്കുമ്പോൾ
കോലുകൾ രണ്ടും ആശാൻ നേർക്കു-
പെട്ടെന്നെറിഞ്ഞിട്ടോടി മറഞ്ഞൂ...

കുഴിയാന

ആരാണവിടെ കുഴിമടയിൽ
ഞാനാണളിയാ കുഴിയാന
എന്താണവിടെ ചെയ്യുന്നൂ
ഒരുകുഴിയിവിടെയെടുക്കുന്നൂ
കുഴിമടിയൻ നീ കുഴിയാനേ
ആരുനിനക്കൊരു പേരിട്ടൂ
ആനപ്പേരിന്നെതിരായിട്ടൊരു-
കുഴിയും കൂടി നിനക്കിട്ടൂ...

കിളിക്കൂട്

മാവിൻ കൊമ്പിൽ കിളിക്കൂട്
കിളിക്കൂടിന്നൂഞ്ഞാലാട്ടം
കാറ്റിൻ കൈകൾ ഊഞ്ഞാലാട്ടി-
കിളികൾക്കെല്ലാം ഉല്ലാസമായ്
അക്കരെയിക്കരെയാടിയാടി-
കിളിക്കൂട് നൃത്തം വച്ചൂ
തക്കിട തരികിട താളം കൊട്ടി
കൂട്ടിനുള്ളിൽ കിളികൾ പാടി
കൊക്കുകൾ തമ്മിലുരുമ്മിയുരുമ്മി
കുഞ്ഞിക്കിളികൾ ഊഞ്ഞാലാടി
തള്ളക്കിളിയതു കണ്ടു രസിച്ചൂ
അണ്ണാൻകുഞ്ഞും ചിൽ ചിൽ ചിലച്ചൂ...

അക്കപ്പാട്ട്

വരയൊന്നു വരച്ചേ
പൂച്ചക്കുഞ്ഞേ
വരരണ്ടു വരച്ചേ
പുള്ളിക്കുയിലേ
വര മൂന്നുവരച്ചേ
അണ്ണാൻകുഞ്ഞേ
വര നാലുവരച്ചേ
വരയൻ കുതിരേ
വരയഞ്ചുവരച്ചേ
വരയാടിൻകുഞ്ഞേ
വരയാറുവരച്ചേ
വരയുള്ള കുടയേ
വരയേഴുവരച്ചേ
മഴവിൽക്കൊടിയേ
വരയെട്ടുവരച്ചേ
വരയൻപുലിയേ
വരയൊൻപതുവരച്ചേ
നവരസമുദ്രേ
വരപത്തും വരച്ചേ
പത്തുമണിപ്പൂവേ...

ഒറ്റശ്വാസത്തിൽ പാടാമോ?

അടുത്തുള്ളടവിയിൽ
അടയിരുന്നൊരുപിടയുടെ
അടിമയായടുത്ത പൂവന്റെ
പിടയലും കൂവലും കേട്ടി-
ട്ടടിപതറി, യടയിരുന്നൊരു
പിടയോ, പടയോ
പടയ്ക്കൊരുങ്ങിയതുറുമ്പിൻ നിരയോ ?

കുളവും കരയും

തിരുനക്കരയും തൃക്കാക്കരയും
മാവേലിക്കര കൊട്ടാരക്കര
കരയും കുളവും ഒത്തൊരുമിച്ചൊരു-
ശക്തികുളങ്ങര ചെട്ടികുളങ്ങര
എറണാകുളവും കായംകുളവും
കുളമേയല്ല, കഠിനംകുളവും
ചെർക്കുളവും പിന്നൊരു-
കൂനമ്പായിക്കുളവും കുളമേയല്ല
ഇതുപോൽ കുളമതു പലതുണ്ടല്ലോ
പെരുംകുളമതിലൊന്നാണല്ലോ.....

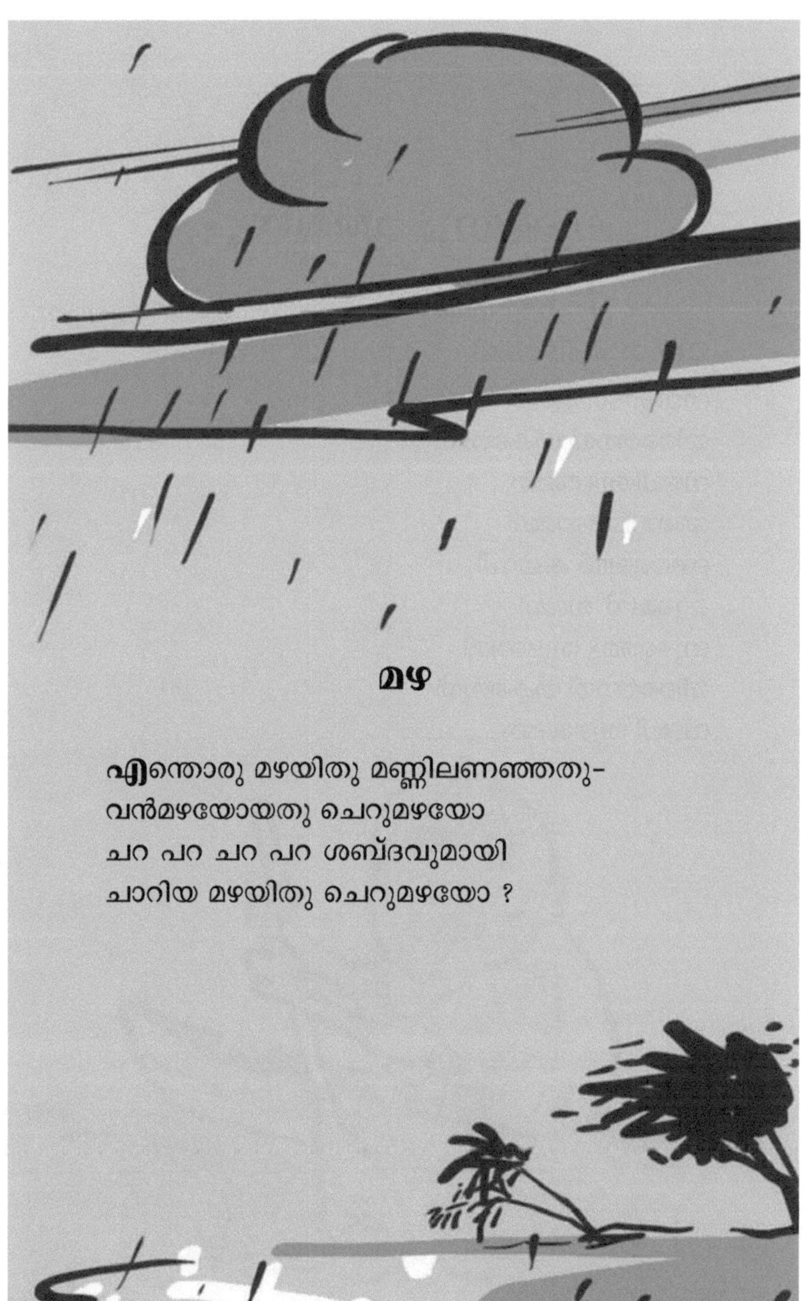

മഴ

എന്തൊരു മഴയിതു മണ്ണിലണഞ്ഞതു-
വൻമഴയോയതു ചെറുമഴയോ
ചറ പറ ചറ പറ ശബ്ദവുമായി
ചാറിയ മഴയിതു ചെറുമഴയോ ?

കുഞ്ചനും വഞ്ചിയും

താ തരികിട ധിമി
തരികിടമേളം
തിത്തൈയ് തകതൈയ്
വഞ്ചിതുഴഞ്ഞേ...
അഞ്ചിക്കൊഞ്ചി
കൊഞ്ചൽ കലമ്പി
കുഞ്ചൻ വഞ്ചി
തുഴഞ്ഞു തുടഞ്ഞി
തിത്തൈയ് തകതൈയ്
വഞ്ചി തുഴഞ്ഞേ................

9 789388 485623

Printed by Libri Plureos GmbH in Hamburg,
Germany